Thanh Nguyên *(biên ...)*
Triệu Thị Chơi *(cố v...)*

Các món
sushi -
cơm cuộn

NHÀ XUẤT BẢN PHỤ NỮ

CÁCH NẤU
CƠM SUSHI

- Chọn gạo: Chọn loại gạo có hạt to, đều, hút nước tốt, loại gạo không quá dẻo.

- Ngâm gạo: Nếu là gạo mới thì ngâm nước khoảng 10-15 phút trước khi nấu. Nếu là gạo cũ, do đã có thời gian dài hút hơi ẩm của không khí, nên tùy theo loại gạo mà giảm bớt thời gian ngâm.

- Vo gạo: Phải vo thật sạch. Sau đó cho gạo đã vo sạch vào rá, để vào tủ lạnh một đêm.

- Nấu cơm sushi: Khi cơm đã chín không nên múc ra ngay, mà nên đậy kín nắp để thêm khoảng 10 phút cho cơm thật chín.

- Công đoạn trộn giấm là quan trọng nhất:

  - Sau khi cơm đã thật chín, múc cơm ra thố.

  - Một tay rót giấm vào, một tay xới cơm cho giấm thấm đều. (xới nhanh tay).

  - Yêu cầu của cơm sushi là: cơm xốp đều, không vón cục, không quá dẻo cũng không quá khô.

- Tỉ lệ:

  - Tỉ lệ pha giấm là: 1 lít giấm, 250g đường cát, 130g muối.

  - Tỉ lệ giữa gạo và giấm là: 1 kg gạo, 150ml giấm đã pha.

SUSHI DA CÁ HỒI

Nguyên liệu

Da cá hồi: 10g

Cơm sushi: 85g

Một ít rau tần ô

Thanh cua: 1 miếng

Rong biển: 1 miếng

Xốt mayonnaise, mè, trứng cá: mỗi thứ một ít

Thực hiện

Da cá hồi: Hong gió khoảng 2 ngày cho khô, chiên vàng, bẻ vụn.

Thanh cua: Cắt dọc rồi cắt làm đôi.

Rau tần ô rửa sạch.

Trứng cá hấp chín.

Trải một miếng nylon mỏng lên mành tre. Đặt lên đấy một miếng rong biển, trải đều cơm lên. Sau đó, lật úp phần cơm xuống, rong biển ở trên. Nặn một đường xốt mayonnaise giữa miếng rong biển, đặt thanh cua, rau, da cá hồi, mè lên, cuốn lại, ép chặt rồi lấy sushi ra.

Sau cùng, rắc một ít trứng cá lên mặt cơm. Cắt sushi ra làm sáu phần bằng nhau là được.

SUSHI
SÒ BIÊN MAI

Nguyên liệu

Sò biên mai tươi: 1 con

Cơm sushi: 50g

Rong biển: 1 miếng

Xốt mayonnaise, trứng cá: một ít

Thực hiện

Sò biên mai: Tách vỏ lấy thịt, bỏ ruột, cắt lấy phần mép biên mai để riêng ra, phần thịt còn lại ngâm trong nước lạnh 1 phút, vớt ra thấm khô bằng giấy thấm.

Ngâm phần mép biên mai trong nước sôi 30~40 phút, vớt ra thấm khô.

Cắt nhuyễn tất cả phần thịt biên mai và phần mép biên mai.

Trộn biên mai, trứng cá, xốt mayonnaise thành hỗn hợp.

Nắm vắt cơm trong tay, quấn rong biển quanh vắt cơm thành hình phễu, đặt phần thịt biên mai và trứng cá lên trên là được.

Ghi chú

Nếu loại biên mai bạn dùng là loại đông lạnh, thì khi rã đông phải lưu ý, đừng để thịt biên mai bị ngâm trong nước quá lâu, sẽ không còn tươi ngon nữa.

SUSHI NGƯU BÀNG

Thực hiện

Cắt ngưu bàng thành những miếng dài nhỏ, hoặc thái sợi, như vậy khi cuốn sushi sẽ dễ hơn.

Đặt miếng rong biển lên mành tre, trải đều cơm lên, rắc lên cơm một ít mè, đặt ngưu bàng lên, cuốn lại, ép chặt, lấy sushi ra.

Cắt sushi ra thành sáu phần bằng nhau là được.

Nguyên liệu

Ngưu bàng: 15g

Cơm sushi: 70g

Mè: một ít

Rong biển: 1 miếng

CƠM CUỘN THẬP CẨM

Nguyên liệu

Cơm sushi: 200g

Dưa leo: 1 quả

Thanh cua: 2 miếng

Trứng chiên: Lượng vừa đủ

Trứng cá: một ít

Rong biển: vừa đủ

Nấm đông cô khô: 100g

Đường cát: 50g

Nước tương loại đậm đặc: 3 muỗng canh

Thực hiện

Nấm đông cô khô: Ngâm nước 5 tiếng đồng hồ cho mềm, bỏ gốc, luộc chín.

Cho nấm, nước tương, đường vào nấu cạn nước, nấm thật mềm, vớt ra cắt sợi.

Thanh cua: cắt dọc, cắt làm đôi. Dưa leo: cắt dọc, cắt làm tư.

Trứng chiên cắt sợi.

Trứng cá hấp chín.

Trải miếng rong biển lên mành tre cuốn sushi. Trải đều cơm lên, đặt thanh cua, dưa leo, trứng cá, trứng chiên, nấm đông cô lên, cuốn lại, ép chặt rồi lấy cơm cuộn ra. Làm lần lượt cho đến hết cơm.

Mỗi cuốn cắt thành sáu phần bằng nhau là được.

RONG BIỂN CUỘN DƯA LEO

Nguyên liệu

Dưa leo: 1 quả

Cơm sushi: 70g

Mè: đủ dùng

Rong biển: 1 miếng

Thực hiện

Dưa leo cắt dọc, cắt làm 4 miếng hoặc cắt sợi.

Đặt miếng rong biển lên mành tre, trải cơm lên, rắc lên cơm một ít mè, đặt dưa leo lên, cuốn lại, ép chặt rồi lấy sushi ra.

Cắt cơm cuộn ra thành sáu phần bằng nhau rồi sắp ra đĩa.

SUSHI CUA LỘT

Thực hiện

Trộn đều lòng đỏ trứng, bột chiên giòn, nước lạnh thành một hỗn hợp.

Cua lột bỏ mai, bỏ yếm, áo một lớp bột khô, nhúng vào hỗn hợp trứng, cho vào chảo chiên. Sau đó vớt ra, để vào giấy thấm dầu.

Thanh cua cắt dọc, cắt làm đôi. Dưa leo cắt dọc, cắt làm 4.

Trải đều cơm lên một miếng rong biển. Sau đó lật úp phần cơm xuống, rong biển ở trên. Nặn một đường xốt mayonnaise giữa lá rong biển, đặt cua lên, cuốn lại, ép chặt rồi lấy sushi ra.

Sau cùng, đặt một ít trứng cá lên mặt cơm. Cắt sushi ra thành sáu phần bằng nhau.

Nguyên liệu

Cua lột: 1 con; cơm sushi: 80g

Dưa leo: 1 quả

Thanh cua: 1 miếng

Rong biển: 1 miếng

Xốt mayonnaise, mè, trứng cá: đủ dùng

Hỗn hợp trứng và bột chiên giòn: lượng vừa đủ

SUSHI
ỐC VÒI VOI

Nguyên liệu

Ốc vòi voi (tu hài): 1 con (nặng khoảng 800g)

Cơm sushi: 300g

Mù tạc: vừa đủ

Rong biển nhỏ: 20 miếng

Thực hiện

Ốc vòi voi tách lấy thịt, bỏ ruột, ngâm trong nước sôi khoảng 5 phút, vớt ra cho vào nước đá ngâm 2 phút, vớt ra thấm khô bằng giấy thấm.

Lột bỏ lớp màng mỏng của ốc, cắt đôi theo chiều dọc, rửa sạch, thấm khô bằng giấy thấm.

Tiếp tục cắt xéo thịt ốc, mỗi miếng khoảng 20g.

Nắm vắt cơm trong tay, đặt miếng thịt ốc lên, quấn rong biển quanh vắt cơm, khi ăn chấm với mù tạc.

SUSHI
SÒ BẮC CỰC

Nguyên liệu

Sò Bắc cực Nhật: 2 con
(khoảng 300g)

Cơm sushi: 60g

Mù tạc: đủ dùng

Rong biển: 2 miếng

Thực hiện

Sò tách vỏ lấy phần thịt, bỏ ruột, chẻ đôi phần thịt sò ra như hình cánh bướm, xát muối rửa sạch, ngâm trong nước sôi 2 phút, vớt ra ngâm trong nước đá 2 phút, vớt ra thấm khô bằng giấy thấm, khứa nhẹ vài nhát dao ở hai bên.

Nắm vắt cơm trong tay, đặt miếng sò lên trên, cuốn xung quanh một miếng rong biển là được, khi ăn chấm với mù tạt.

Có thể mua sò Bắc cực ở các cửa hàng bán thực phẩm Nhật.

SUSHI BẠCH TUỘC

Thực hiện

Râu bạch tuộc rửa sạch bằng nước muối, luộc chín, cắt miếng mỏng, mỗi miếng khoảng 15g.

Nắm vắt cơm trong tay, đặt miếng bạch tuộc lên trên, lấy rong biển cuốn lại là được.

Nguyên liệu

Râu bạch tuộc: 200g

Cơm sushi: 200g

Muối, rong biển: vừa đủ dùng

TRỨNG CHIÊN CUỘN RONG BIỂN

Nguyên liệu

Cơm sushi: 200g

Rong biển: 14 miếng

Nguyên liệu của trứng chiên gồm:

Trứng gà: 10 trứng

Đường cát: 2 muỗng cà phê

Muối: 1 muỗng cà phê

Một ít nước tương

Dầu chiên

Thực hiện

Trộn đường, muối, nước tương thành một hỗn hợp.

Đập trứng vào tô, cho hỗn hợp đã pha chế ở trên vào, đánh đều.

Múc trứng cho vào chảo chiên một lớp mỏng. Khi trứng chín được nửa phần bên dưới thì gấp đôi trứng lại, múc tiếp trứng cho vào chảo chiên lớp thứ hai, khi lớp trứng này chín nửa phần bên dưới, kéo lớp trứng thứ nhất vào giữa lớp trứng thứ hai, gấp đôi lớp trứng thứ hai lại, bọc lấy lớp trứng thứ nhất, cứ tiếp tục như vậy khoảng 6-7 lần, ta sẽ được món trứng chiên nhiều tầng.

Cắt trứng đã chiên thành 14 miếng, mỗi miếng khoảng 30g.

Nắm vắt cơm trong tay, đặt miếng trứng lên trên, cuốn chặt bằng lá rong biển.

Khi chiên trứng chín được nửa phần, phải gấp lại ngay, đổ tiếp lớp trứng kế tiếp, để trứng quá chín sẽ không ngon, không đủ độ mềm.

SUSHI TÔM ĐẤT

Nguyên liệu

Tôm đất loại nhỏ: 20 con
(mỗi con khoảng 9g)

Cơm sushi: 150g

Mù tạc: một ít

Thực hiện

Tôm: Bỏ đầu, lột vỏ, giữ lại đuôi, ngâm trong nước đá một lúc, vớt ra thấm khô bằng giấy thấm, bỏ chỉ đen.

Nắm vắt cơm trong tay, cho một ít mù tạt vào giữa rồi đặt 2 con tôm lên là được.

SUSHI CUA

Nguyên liệu

Cua: 1 con (nặng khoảng 400~500g, lấy được 150g thịt cua)

Cơm sushi: 200g

Rong biển: 14 miếng

Rượu trắng: 30ml

Thực hiện

Đặt cua lên 1 miếng rong biển, đặt tiếp 2 miếng rong biển lên trên, rưới rượu lên, cho vào nồi hấp với lửa lớn. Lấy cua ra, bỏ yếm, bỏ mai, chặt càng và chân, cắt ra làm 4, dùng dao tách lấy thịt cua ở phần thân, rồi lại lấy tiếp ở phần càng và chân cua.

Nắm vắt cơm trong tay, quấn rong biển quanh vắt cơm, cho thịt cua lên trên là được.

SUSHI CÁ NGỪ

Thực hiện

Hành: băm nhuyễn.

Thịt nạc cá ngừ băm nhuyễn, trộn với hành băm, đánh dẻo, ngâm trong rượu 1 đêm.

Nắm vắt cơm trong tay, quấn rong biển quanh vắt cơm, dùng ngón tay ấn cơm lõm xuống, cho một ít mù tạc vào chỗ cơm lõm, sau đó đặt cá ngừ vào, cuối cùng, rắc mè lên trên.

Nguyên liệu

Nạc cá ngừ: 50g

Cơm sushi: 100g

Hành: 20g

Rong biển: 2 miếng

Mù tạc, mè: vừa đủ dùng

Rượu trắng: 100ml

CƠM CUỘN
RONG BIỂN - BƠ

Nguyên liệu

Cơm sushi: 85g

Dưa leo: 1 quả

Thanh cua: 1 thanh

Rong biển: 1 miếng

Quả bơ: 1/4 quả

Xốt mayonnaise, mè, trứng cá: mỗi thứ một ít

Thực hiện

Quả bơ: Bỏ vỏ, bỏ hạt, cắt miếng dọc.

Thanh cua: Cắt dọc, cắt làm đôi.

Dưa leo: Cắt dọc, cắt làm 4.

Trứng cá hấp chín.

Trải một miếng nylon mỏng (loại bọc thực phẩm) lên mành tre làm sushi. Đặt một miếng rong biển lên trên, trải đều cơm lên. Sau đó, lật úp phần cơm xuống, rong biển ở trên. Nặn một ít xốt mayonnaise vào giữa miếng rong biển, cho thanh cua, dưa leo, bơ, mè vào cuốn lại, ép chặt, rồi lấy cơm cuộn ra.

Sau cùng, rắc một ít trứng cá lên mặt cơm. Cắt cơm ra làm sáu phần bằng nhau.

CƠM CUỘN
CỦ CẢI MUỐI

Nguyên liệu

Củ cải muối: 15g

Cơm sushi: 70g

Mè: đủ dùng

Rong biển: 1 miếng

Thực hiện

Củ cải muối: rửa sạch, cắt sợi dài, xào chín.

Đặt miếng rong biển lên mành tre, trải đều cơm lên, rắc lên cơm một ít mè, đặt củ cải muối lên, cuốn lại, ép chặt, lấy ra.

Cắt cơm cuộn ra thành sáu phần bằng nhau là được.

RONG BIỂN CUỘN BÁNH MÌ

Thực hiện

Bánh mì sandwich cắt bỏ vỏ cứng bên ngoài, sau đó cắt thành những miếng hình chữ nhật nhỏ.

Lạp xưởng thêm nước vào chiên chín mềm, cắt đôi, rồi cắt thành miếng dài bằng bánh mì sandwich đã cắt.

Bắp non luộc chín.

Trứng chiên chín, cắt miếng như bánh mì sandwich.

Phô mai cắt miếng như bánh mì sandwich.

Rong biển cắt sợi dài.

Đặt sợi rong biển dưới cùng, kế tiếp là 2 miếng sandwich, rồi đến lạp xưởng, hoặc bắp non, trứng, phô mai ở phía trên, dán miếng rong biển lại là ta có một món ăn mới lạ và ngon miệng.

Nguyên liệu

Rong biển: 1 miếng

Bánh mì sandwich: 2 cái

Lạp xưởng: 1 cây

Bắp non: vài quả

Trứng gà: 1 quả

Phô mai: 50g

SUSHI CÁ ĐỤC

Nguyên liệu

Cá đục: 1 con

Cơm sushi: 60g

Mù tạc: đủ dùng

Thực hiện

Cá đục đánh sạch vảy, bỏ đầu, bỏ ruột, chẻ dọc cá ra làm hai, dùng kìm rút bỏ xương. Phủ lên cá một miếng vải mỏng, tưới nước sôi lên miếng vải. Ngâm cá vào nước đá một lúc, sau đó vớt ra thấm khô nước bằng giấy thấm. Khứa nhẹ hình dấu thập trên hai miếng thịt cá.

Nắm vắt cơm trong tay, cho chút mù tạc vào giữa rồi đặt miếng cá lên, dùng ngay.

SUSHI TRỨNG CÁ HỒI

Thực hiện

Nấu sôi hỗn hợp mirin và rượu. Chờ khi hỗn hợp nguội, tiếp tục cho nước tương vào nấu sôi lại, tắt lửa, để nguội.

Cho trứng cá hồi vào hỗn hợp trên, ngâm một đêm, vớt ra.

Tiếp tục nấu hỗn hợp như trên, rồi lại ngâm trứng cá hồi vào đó thêm một đêm nữa, vớt ra.

Nắm vắt cơm trong tay, quấn miếng rong biển quanh vắt cơm, đặt 20g trứng cá lên là được.

Nguyên liệu

Trứng cá hồi: 200g

Cơm sushi: 300g

Rong biển: 10 miếng

Nước tương Nhật (loại đậm đặc): 40ml

Rượu trắng: 400ml

Mirin: 100ml (mua ở cửa hàng bán thực phẩm Nhật)

SUSHI LƯƠN

Nguyên liệu

Lươn: 1 con

Cơm sushi: 170g

Nước xốt chua ngọt: lượng vừa đủ

Thực hiện

Lươn mua về chà muối cho hết nhớt, rửa sạch, làm sạch.

Đo chiều dài của khuôn sushi để cắt thịt lươn cho phù hợp. Cho thịt lươn vào lò nướng, hoặc hấp chín.

Đặt thịt lươn vào khuôn (úp phần thịt xuống dưới, phần da ở trên). Để cơm lên trên thịt lươn, ép chặt, lấy khuôn ra.

Cắt sushi ra sáu miếng, quét nước xốt lên trên là được.

Khi làm sushi bằng khuôn, nên ép dần dần từ xung quanh rìa khuôn xuống, không nên ép bốn phía cùng một lúc, nếu không cơm sushi sẽ bị ép quá chặt, không ngon.

CƠM CUỐN
RONG BIỂN Ô MAI

Nguyên liệu

Ô mai: 1 quả

Cơm sushi: 50g

Rong biển: 1 miếng

Rau tía tô: 2 lá

Thực hiện

Ô mai bỏ hạt, nghiền nhuyễn.

Lá tía tô cắt sợi.

Đặt miếng rong biển lên mành tre cuốn sushi, múc cơm vào, cho một ít ô mai lên, sau cùng đặt vài sợi tía tô lên trên, cuốn lại, ép chặt rồi lấy cơm ra.

Cắt cơm cuộn ô mai ra thành sáu phần bằng nhau.

SALAD THANH CUA CUỘN RONG BIỂN

Thực hiện

Thanh cua xé nhuyễn.

Dưa leo cắt sợi.

Trộn thanh cua và dưa leo thành một hỗn hợp.

Trộn trứng cá và xốt mayonnaise thành một hỗn hợp.

Nắm vắt cơm trong tay, quấn rong biển quanh vắt cơm, cho salad thanh cua lên. Trang trí một ít hỗn hợp trứng cá xốt mayonnaise lên trên cùng.

Nguyên liệu

Cơm sushi: 50g

Dưa leo: 1 quả

Thanh cua: 1 miếng

Rong biển: 1 miếng

Trứng cá hấp chín: 15g

Xốt mayonnaise: một ít

SUSHI
TÔM CHIÊN GIÒN

Nguyên liệu

Tôm sú: 2 con

Cơm sushi: 60g

Rong biển: 1 miếng

Xốt mayonnaise: một ít

**Trứng gà
(lòng đỏ): 1 quả**

Bột chiên giòn: 350g

Nước lạnh: 500ml

Dầu chiên

**Trứng cá hấp chín
đủ dùng**

Thực hiện

Tôm bỏ đầu, lột vỏ, bỏ chỉ đen, khứa vài dao ở phần bụng để có thể kéo thẳng tôm ra.

Trộn đều lòng đỏ trứng, bột chiên giòn, nước lạnh thành một hỗn hợp.

Kéo thẳng con tôm, áo qua một lớp bột khô, nhúng vào hỗn hợp trứng, cho vào chảo chiên. Sau đó vớt ra, để vào giấy thấm dầu.

Trải đều cơm lên một miếng rong biển. Sau đó, lật úp phần cơm xuống, rong biển ở trên. Đặt tôm lên, cuốn lại, ép chặt rồi lấy sushi ra.

Sau cùng, rắc một ít trứng cá lên mặt cơm. Cắt suhi ra làm sáu phần bằng nhau, dọn chung với xốt mayonnaise.

SUSHI TÔM SÚ

Nguyên liệu

Tôm sú: 10 con

Cơm sushi: 150g

Mù tạt: đủ dùng

Giấm gạo lượng vừa đủ

Thực hiện

Tôm bỏ đầu, dùng thanh tre ghim xuyên từ phần đuôi lên đến đầu, cho vào nồi luộc 1 phút, vớt ra ngâm vào nước đá 5 phút, chẻ bụng, lột vỏ, rút bỏ chỉ đen, rửa sạch, ngâm với giấm 30 giây, vớt ra thấm khô bằng giấy thấm.

Nắm vắt cơm trong tay, cho một ít mù tạt vào giữa vắt cơm rồi đặt tôm lên là được.

Cũng có thể thoa một ít bột bắp lên mình tôm, rồi mang chiên giòn, hương vị cũng rất tuyệt.

SUSHI CÁ CHÌNH

Thực hiện

Bọc phi lê cá vào trong giấy bạc, nướng thơm, cắt miếng (mỗi miếng khoảng 25g).

Nắm vắt cơm trong tay, đặt miếng cá lên, dùng ngay.

Nguyên liệu

Phi lê cá chình (lươn biển): 100g

Cơm sushi: 90g

CƠM CUỘN HÌNH GIỌT NƯỚC

Nguyên liệu

Cơm sushi: 85g

Rong biển: 1 miếng

Cà rốt: 1 củ

Dưa leo: 1 quả

Trứng gà: 2 quả

Thực hiện

Dưa leo rửa sạch.

Cà rốt bào vỏ, rửa sạch.

Cả hai cắt thành những miếng dài.

Mang cà rốt đi luộc chín.

Chiên trứng thành một miếng dày, sau đó cắt thành những miếng dài.

Trải miếng rong biển ra mành tre, cho cơm sushi lên trên, sau đó lần lượt cho cà rốt, dưa leo và trứng vào giữa.

Cuốn mành tre lại, rồi ép cho cuốn cơm nghiêng về một phía, làm thành hình giọt nước.

Cắt nhỏ, bày ra đĩa dùng ngay.

CƠM CUỘN ĐẬU NATTO

Thực hiện

Nắm vắt cơm trong tay, quấn rong biển quanh vắt cơm thành hình phễu, dùng ngón tay ấn cơm lõm xuống, cho đậu natto vào chỗ lõm là xong.

Nguyên liệu

Đậu natto: 25g

Cơm sushi: 60g

Rong biển: 1 miếng

CƠM CUỘN THẬP CẨM PHỦ PHÔ MAI

Nguyên liệu

Cơm sushi: 200g

Rong biển: 4 miếng

Trứng gà: 3 quả

Bơ sáp (lựa quả vừa chín): 1 quả

Phô mai miếng lớn: 50g

Dưa leo: 1 quả

Cà rốt: 1 quả

Cải bó xôi: 50g

Thực hiện

Chiên trứng thành miếng dày, nhiều lớp, sau đó cắt thành những thanh dài.

Bơ gọt vỏ, cắt thành những miếng dài.

Phô mai cắt thành nhiều miếng mỏng, dài.

Dưa leo rửa sạch, cắt dài.

Cà rốt bào vỏ, cắt dài, luộc chín.

Cải bó xôi rửa sạch, luộc chín.

Trải mành tre cuốn sushi ra, cho cơm lên trên dàn đều, rồi đến rong biển, lần lượt xếp trứng, bơ, dưa leo, cà rốt, cải bó xôi lên.

Cuốn tròn cuốn cơm cho chặt tay, sau đó lấy ra, cắt thành từng khoanh nhỏ, rồi phủ miếng phô mai lên trên là hoàn tất.

SUSHI CÁ HỒI

Nguyên liệu

Cơm sushi: 80g

Rong biển: 1 miếng

Rau xà lách: 2 lá

Cá hồi phi lê: 50g

Thực hiện

Cá hồi hấp chín, rồi cắt thành những miếng dài.

Rau xà lách rửa sạch, ngâm muối vài phút rồi rửa lại cho sạch.

Trải rong biển lên mành tre cuốn sushi, sau đó trải đều cơm lên trên, rồi đến rau xà lách, cuối cùng là cá hồi đã hấp chín.

Cuốn sushi thật chặt tay, lấy ra, cắt thành từng khoanh nhỏ, bày ra đĩa dùng ngay.

CƠM CUỘN TRỨNG

Thực hiện

Trứng gà chiên thành miếng dày, nhiều lớp, cắt miếng dài.

Dưa leo rửa sạch, cắt miếng dài.

Trải mành tre để cuốn sushi ra, rải mè đã rang lên trên, sau đó trải cơm đều lên khắp mành tre, rồi đến rong biển, sau cùng là trứng chiên, dưa leo, thanh cua.

Cuốn lại khéo léo cho cuốn cơm tròn đều rồi lấy ra, cắt thành từng khoanh nhỏ, bày ra đĩa là được.

Nguyên liệu

Cơm sushi: 150g

Rong biển: 2 miếng

Thanh cua: 50g

Trứng gà: 2 quả

Dưa leo: 1 quả

Mè trắng đã rang đủ dùng

CƠM CUỘN HOA TÍM

Nguyên liệu

Cơm sushi: 250g

Rong biển: 5 miếng

Gạo nếp: 150g

1 bó lá cẩm

Trứng gà: 2 quả

Dưa leo: 1 quả

Thực hiện

Nấu xôi lá cẩm: Lá cẩm rửa sạch, đem luộc với nước để lấy phần nước có màu tím sẫm, để nguội. Cho gạo nếp đã vo vào nước lá cẩm, ngâm khoảng 8~10 tiếng, vớt ra, trộn với một ít muối, rồi cho vào chõ hấp chín.

Trứng gà chiên thành miếng trứng dày, nhiều lớp, cắt miếng dài.

Dưa leo rửa sạch, cắt miếng dài.

Cắt đôi miếng rong biển, trải lên trên mành tre, rồi cho một ít xôi nếp cẩm lên trên, cuốn lại. Cuốn 5 cuốn bằng nhau để làm cánh hoa.

Trải miếng rong biển lớn lên trên mành tre, trải cơm đều lên mặt rong biển, xếp dưa leo lên, rồi đặt 5 cuốn sushi nếp cẩm lên trên, cuối cùng là trứng chiên làm nhụy hoa.

Khéo léo cuốn lại, lấy ra, cắt thành nhiều khoanh nhỏ, ta có những cuốn sushi hoa tím đẹp mắt lại rất ngon miệng.

CƠM CUỘN HOA HỒNG

Nguyên liệu

Cơm sushi trắng: 150g

Cơm sushi có pha màu hồng: 150g

Rong biển: 3 miếng

Trứng gà: 5 quả

Cá hồi phi lê: 100g

Gừng đủ dùng

Dưa leo: 1 quả

Thực hiện

Cá hồi hấp chín, thái miếng nhỏ, mỏng.

Trứng gà chiên thành nhiều miếng trứng mỏng, có kích thước tương đương với miếng rong biển.

Gừng rửa sạch, cắt sợi nhỏ. Dưa leo rửa sạch, cắt thành những thanh dài.

Trải một miếng trứng chiên lên mành tre cuốn sushi, bốc từng nhúm cơm màu hồng đặt rải rác khắp miếng trứng, xen kẽ với những nhúm gừng và cá hồi. Cuốn lại.

Trải một miếng trứng chiên khác lên mành tre, rải đều những nhúm cơm màu hồng, gừng và cá hồi, tương tự như cuốn cơm vừa làm, sau đó đặt cuốn cơm vừa làm lên trên, cuốn lại.

Trải rong biển lên mành tre, trải đều cơm sushi trắng lên, rồi đặt 5 miếng dưa leo lên trên, chia đều khoảng cách giữa các miếng dưa, cuối cùng đặt cuốn cơm vừa cuốn lên, khéo léo cuốn tròn lại rồi lấy ra khỏi mành tre, cắt khoanh nhỏ vừa ăn. Món cơm cuộn hoa hồng rất đẹp mắt và ngon miệng.

CƠM CUỘN TRỨNG - CÁ HỒI

Nguyên liệu

Cơm sushi: 150g

Rong biển: 2 miếng

Cá hồi phi lê: 50g

Dưa leo: 1 quả

Trứng gà: 2 quả

Trứng cá hấp chín: đủ dùng

Thực hiện

Cá hồi hấp chín, cắt miếng dài.

Dưa leo rửa sạch, cắt miếng dài.

Trứng gà chiên thành miếng dày, nhiều lớp, rồi cắt thành những miếng dài.

Trải mành tre cuốn sushi ra, rải đều một ít trứng cá lên, rồi đến cơm sushi, đặt miếng rong biển lên trên cơm sushi, sau đó là trứng chiên, cá hồi, dưa leo.

Khéo léo cuộn tròn mành tre. Ta có món cơm cuộn cá hồi và trứng rất ngon và lạ miệng.

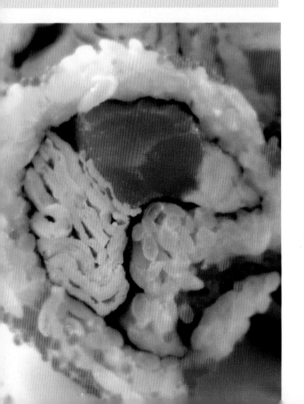

CƠM CUỘN KHÔ BÒ

Thực hiện

Thịt gà luộc chín, xé nhỏ.

Cho mè đen, xốt mayonnaise vào thịt gà đã xé nhỏ, trộn thêm một ít nước chanh, muối, sữa sao cho vừa ăn để làm món nước xốt.

Dưa leo rửa sạch, cắt miếng dài.

Xúc xích cắt miếng dài.

Cà rốt luộc chín, cắt miếng dài.

Trải mành tre làm sushi ra, trải đều cơm lên trên, rồi đến miếng rong biển, lần lượt cho khô bò, dưa leo, xúc xích, cà rốt vào, cuốn lại khéo léo.

Lấy cuốn cơm rong biển ra khỏi mành tre, cắt khoanh tròn nhỏ vừa ăn, bày ra đĩa, múc một ít nước xốt rưới lên trên mỗi khoanh cơm là được.

Nguyên liệu

Cơm sushi: 150g

Rong biển: 2 miếng

Thịt gà luộc: 50g

Khô bò sợi: 20g

Dưa leo: 1 quả

Xúc xích: 1 cây; cà rốt: 1 củ

Xốt mayonnaise vừa đủ

Mè đen, chanh, muối, sữa: mỗi thứ một ít

CƠM CUỘN TRỨNG MUỐI

Nguyên liệu

Cơm sushi nấu đậu đỏ: 150g

Rong biển: 2 miếng

Trứng vịt muối: 1 quả

Xúc xích: 1 cây

Dưa leo: 1 quả

Cà rốt: 1 củ

Xốt mayonnaise vừa đủ

Thực hiện

Đầu tiên, ta ngâm đậu đỏ cho mềm, rồi khi nấu cơm sushi ta cho đậu đỏ vào nấu chung.

Trứng vịt muối tán vụn ra, đợi dùng.

Xúc xích cắt miếng dài.

Dưa leo rửa sạch, cắt dài.

Cà rốt rửa sạch, cắt dài, luộc chín.

Trải miếng rong biển lên mành tre cuốn sushi, sau đó trải đều cơm lên, ép nhẹ, cho ít xốt mayonnaise lên mặt cơm, rồi đến trứng muối, xúc xích, dưa leo, cà rốt.

Khéo léo cuốn lại, lấy ra khỏi mành tre, cắt khoanh nhỏ vừa ăn, bày ra đĩa dùng.

RONG BIỂN CUỘN CƠM ĐẬU ĐỎ - THỊT GÀ

Nguyên liệu

Cơm sushi nấu đậu đỏ: 150g

Rong biển: 2 miếng

Thịt đùi gà luộc: 50g

Xúc xích: 1 cây

Dưa leo: 1 quả

Cà rốt: 1 củ

Xốt mayonnaise vừa đủ

Thực hiện

Ngâm đậu đỏ vài tiếng rồi cho vào nấu chung với gạo thành cơm sushi đậu đỏ.

Thịt đùi gà luộc chín, xé nhỏ.

Xúc xích cắt miếng dài.

Dưa leo rửa sạch, cắt dài.

Cà rốt rửa sạch, cắt dài, luộc chín.

Trải mành tre ra, đặt miếng rong biển lên, rồi đến cơm đậu đỏ, ép nhẹ cơm, kế tiếp trải đều thịt gà lên cơm, rồi đến xúc xích, dưa leo, cà rốt, cuối cùng nặn vừa đủ lượng xốt mayonnaise vào giữa các nguyên liệu, cuốn chặt tay. Lấy cuốn cơm ra khỏi mành tre, cắt khoanh nhỏ vừa ăn.

CƠM CUỘN CHÀ BÔNG

Nguyên liệu

Cơm sushi: 100g

Chà bông thịt heo: 20g

Xúc xích: 1 cây

Dưa leo: 1 quả; cà rốt: 1 củ

Mè đen và xốt mayonnaise: lượng vừa đủ

Thực hiện

Xúc xích, dưa leo cắt miếng dài.

Cà rốt bào vỏ, cắt dài, luộc chín.

Trải đều cơm lên mành tre cuốn sushi, rắc chà bông đều lên cơm rồi sắp xúc xích, dưa leo, cà rốt vào, sau đó nặn xốt mayonnaise lên cuốn lại chặt tay, rồi lấy cuốn cơm ra khỏi mành tre, bày ra đĩa, rắc mè lên, cắt khoanh nhỏ và dùng ngay.

CƠM CUỘN
THANH CUA CHAY

Thực hiện

Rong biển cắt thành những sợi dài.

Thanh cua cắt ngắn vừa ăn.

Nắm vắt cơm trong tay thành một nắm vừa ăn, đặt lên trên sợi rong biển, đặt thanh cua chay lên trên cùng, dán dây rong biển lại thành những bó cơm nhỏ vừa đẹp mắt lại vừa ngon miệng.

Nguyên liệu

Cơm sushi: 80g

Thanh cua chay: 50g

Rong biển: 1 miếng

RONG BIỂN CUỘN BƠ – CẢI BÓ XÔI

Nguyên liệu

Cơm sushi: 100g

Rong biển: 2 miếng

Trứng gà: 2 quả

Bơ sáp (quả vừa chín): 1 quả

Dưa leo: 1 quả; cà rốt: 1 quả

Cải bó xôi: 50g

Thực hiện

Chiên trứng thành miếng dày, nhiều lớp, sau đó cắt thành những miếng dài.

Bơ gọt vỏ, cắt thành những miếng dài.

Dưa leo rửa sạch, cắt dài.

Cà rốt bào vỏ, cắt dài, luộc chín.

Cải bó xôi rửa sạch, luộc chín.

Trải mành tre cuốn sushi ra, trải miếng rong biển lên, rồi đến cơm, lần lượt xếp trứng, bơ, dưa leo, cà rốt, cải bó xôi lên.

Cuốn tròn cuốn cơm cho thật khéo, sau đó lấy ra, cắt thành từng khoanh nhỏ, bày ra đĩa dùng.

BÁNH MÌ
CUỐN CHÀ BÔNG THỊT GÀ

Thực hiện

Rong biển cắt thành nhiều miếng dài.

Bánh mì sandwich cắt bỏ phần vỏ cứng xung quanh đi.

Đặt bánh mì lên thớt sạch và lên trên một sợi rong biển dài vừa cắt, tráng đều một lớp xốt mayonnaise lên, rồi đến chà bông thịt gà, cuốn tròn bánh mì, dán rong biển lại là món ăn hoàn tất.

Nguyên liệu

Bánh mì sandwich: 4 cái

Chà bông thịt gà: 30g

Xốt mayonnaise: lượng vừa đủ

Rong biển: 1 miếng

SUSHI XỐT CÁ HỒI

Nguyên liệu

Cơm sushi: 150g

Rong biển: 2 miếng

Cá hồi phi lê: 50g

Xốt mayonnaise, chanh, muối, sữa: lượng vừa đủ

Thực hiện

Cá hồi hấp chín, tán nhuyễn.

Cho xốt mayonnaise vào cá hồi vừa tán nhuyễn, nêm thêm một ít chanh, muối, sữa vào, trộn đều.

Trải rong biển lên trên mành tre, sau đó trải đều cơm sushi lên, ép nhẹ cơm, rồi lại trải đều món cá xốt vừa làm ở trên, cuốn tròn lại, lấy ra, cắt khoanh nhỏ vừa ăn, bày ra đĩa dùng.

CƠM CUỘN
DƯA LEO – HẠT DƯA

Thực hiện

Hạt dưa tách vỏ, chỉ lấy phần ruột ăn được bên trong.

Dưa leo bào sơ vỏ, cắt sợi nhỏ, hoặc cắt thành những miếng dài, nhỏ hơn chiếc đũa.

Trải rong biển lên mảnh tre, trải đều cơm lên, rồi đến dưa leo, hạt dưa, cuốn tròn lại, sau đó ép nhẹ bốn bên, làm cho cuốn rong biển có hình vuông, lấy ra, cắt khoanh vừa ăn, bày ra đĩa là được.

Nguyên liệu

Cơm sushi: 85g

Rong biển: 1 miếng

Dưa leo: 1 quả

Hạt dưa: vừa đủ dùng

CƠM CUỘN
BÁNH MÌ – LẠP XƯỞNG

Nguyên liệu

Rong biển: 2 miếng

Bánh mì sandwich: 4 miếng

Lạp xưởng: 1 cây

Xúc xích: 1 cây

Dưa leo: 1 quả

Thanh cua: 50g

Chà bông cá, tương ớt (hoặc tương cà): lượng vừa đủ

Thực hiện

Bánh mì sandwich cắt bỏ vỏ cứng bên ngoài.

Lạp xưởng chiên chín, cắt đôi theo chiều dọc.

Xúc xích cắt đôi theo chiều dọc.

Trải miếng rong biển lên mành tre, rồi đặt 2 lát bánh mì lên, dùng cán tròn cán cho bánh mì hơi dẹp xuống, xịt tương ớt (hoặc tương cà) đều khắp lát bánh mì, sau đó xếp lạp xưởng, xúc xích, dưa leo, thanh cua, và cuối cùng là chà bông cá lên, cuốn tròn lại lấy ra khỏi mành tre, cắt khoanh, bày ra đĩa dùng ngay.

RONG BIỂN CUỐN BÁNH MÌ XỐT CÁ

Thực hiện

Rong biển cắt sợi dài với bề ngang khoảng 1cm.

Bánh mì sandwich cắt bỏ vỏ cứng xung quanh.

Cá lóc hấp chín, tán nhuyễn.

Trộn xốt mayonnaise vào cá đã tán nhuyễn.

Đặt bánh mì lên mành tre cuốn sushi, dùng cán tròn ép nhẹ cho bánh dẹp xuống, cuối cùng trải đều xốt cá vừa làm lên trên bánh mì, cuốn tròn lại, cột 2 sợi dây rong biển đã cắt ở trên vào bánh mì vừa cuốn với khoảng cách đều nhau, cắt đôi miếng bánh và thưởng thức.

Nguyên liệu

Rong biển: 1 miếng

Bánh mì sandwich: 2 miếng

Phi lê cá lóc: 50g

Xốt mayonnaise: lượng vừa đủ.

RONG BIỂN CUỘN BÁNH MÌ – CÀ RỐT

Nguyên liệu

Rong biển: 2 miếng

Bánh mì sandwich: 4 miếng

Phô mai miếng lớn: 50g

Cà rốt: 2 củ

Xúc xích: 2 cây

Thanh cua: 50g

Xốt mayonnaise: vừa đủ

Thực hiện

Bánh mì sandwich cắt bỏ rìa bên ngoài.

Phô mai dùng khuôn cắt rau củ hình hoa, hình trái tim… cắt thành những miếng phô mai nhỏ xinh đủ mọi hình dạng.

Cà rốt gọt vỏ, rửa sạch, cắt miếng dài, nhỏ, luộc chín.

Xúc xích cắt đôi hoặc cắt làm tư.

Trải miếng rong biển lên mành tre, đặt 2 miếng bánh mì sandwich lên trên, dùng cán tròn ép cho bánh mì hơi xẹp xuống, xịt xốt mayonnaise đều khắp mặt bánh, tiếp đó cho cà rốt, xúc xích, thanh cua vào, cuốn tròn lại, lấy ra, cắt khoanh nhỏ, bày ra đĩa, trang trí lên trên những miếng phô mai đủ hình vừa cắt là xong.

Mục lục

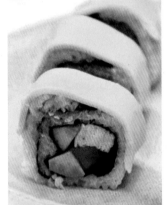

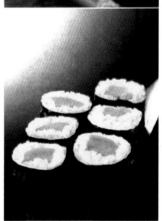

Các món
sushi -
cơm cuộn

Chịu trách nhiệm xuất bản
NGUYỄN THỊ TUYẾT
Chịu trách nhiệm nội dung
KHÚC THỊ HOA PHƯỢNG

Biên tập: HÀ THU
Bìa & Trình bày: HOT_Design
Sửa bản in: Lan Vy

NHÀ XUẤT BẢN PHỤ NỮ
39 Hàng Chuối - Hà Nội
ĐT: (04) 39717979 - 39710717 - 39716727
Fax: (04) 39717980
Email: nxbphunu@ vnn.vn

CHI NHÁNH
16 Alexandre de Rhodes - Q1- Tp.HCM
ĐT: (08) 38294459 - 38228467
Fax: (08) 38234806

In 2.000 cuốn, khổ 18 x 22cm tại Công Ty cổ phần in Khuyến học phía Nam
Số KHXB: 71-2013/CXB/29-01/PN
QĐXB số: số QĐXB: 42/QĐ - PN ký 3/4/2013
In xong và nộp lưu chiểu quý 2 - 2013